જાણીતા દિવસ

મિહિર જાગૃતિ વોરા

Copyright © Mihir Jagruti Vora
All Rights Reserved.

This book has been self-published with all reasonable efforts taken to make the material error-free by the author. No part of this book shall be used, reproduced in any manner whatsoever without written permission from the author, except in the case of brief quotations embodied in critical articles and reviews.

The Author of this book is solely responsible and liable for its content including but not limited to the views, representations, descriptions, statements, information, opinions and references ["Content"]. The Content of this book shall not constitute or be construed or deemed to reflect the opinion or expression of the Publisher or Editor. Neither the Publisher nor Editor endorse or approve the Content of this book or guarantee the reliability, accuracy or completeness of the Content published herein and do not make any representations or warranties of any kind, express or implied, including but not limited to the implied warranties of merchantability, fitness for a particular purpose. The Publisher and Editor shall not be liable whatsoever for any errors, omissions, whether such errors or omissions result from negligence, accident, or any other cause or claims for loss or damages of any kind, including without limitation, indirect or consequential loss or damage arising out of use, inability to use, or about the reliability, accuracy or sufficiency of the information contained in this book.

Made with ♥ on the Notion Press Platform
www.notionpress.com

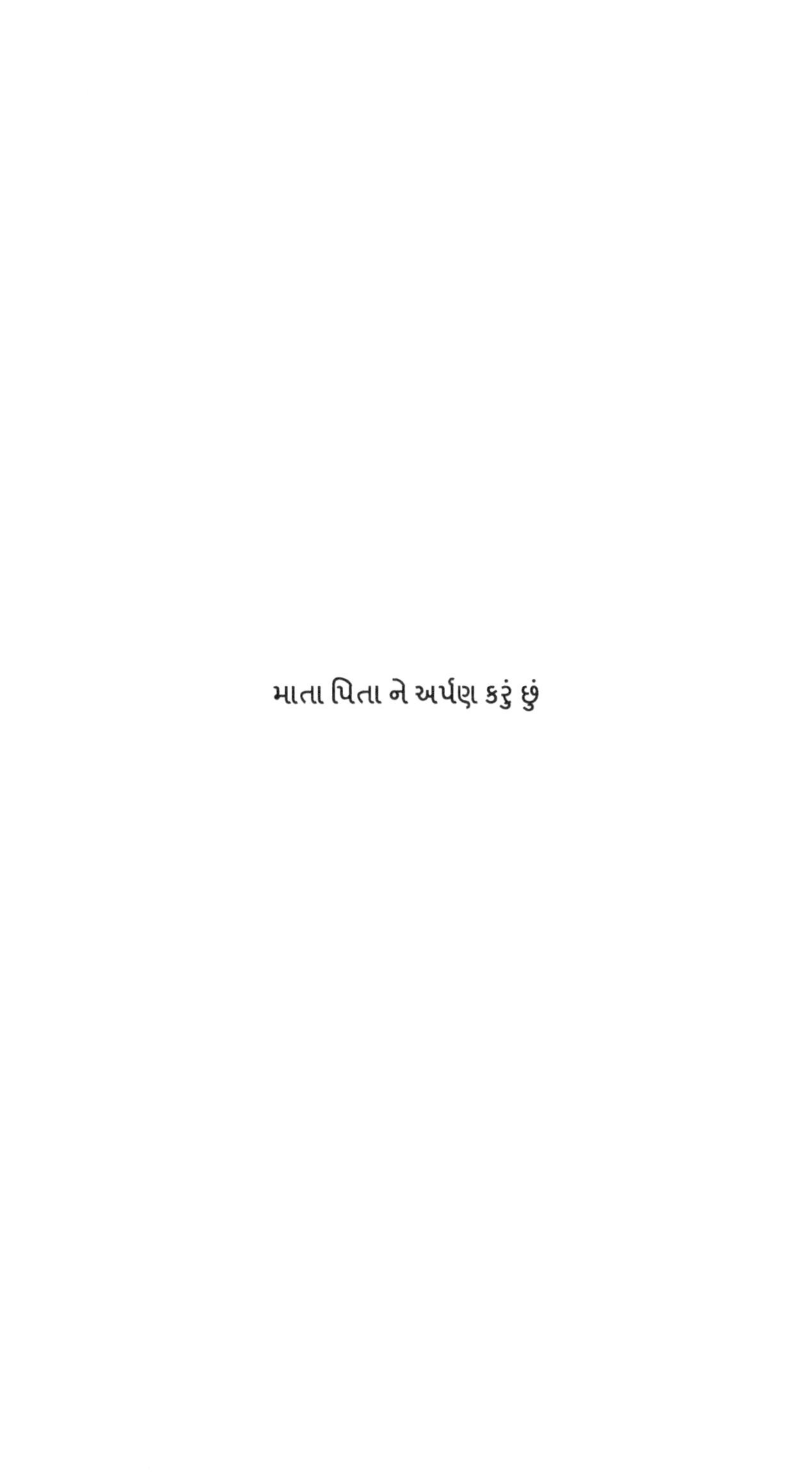

માતા પિતા ને અર્પણ કરું છું

સામગ્રી

પ્રસ્તાવના   vii

સ્વીકૃતિઓ   ix

અનુક્રમણિકા   xi

1. વિશ્વ વસ્તી દિન   1

2. દૂધ દિવસ   7

3. ખેલ દિવસ   10

4. ઉર્જા સંરક્ષણ દિવસ   14

5. માનવ અધિકાર દિવસ   17

પ્રસ્તાવના

આ પુસ્તક માં વિવિધ મહિનામાં આવતા મહત્વ ના ઉજવાતા દિવસો અને તેનો ઇતિહાસ અને તેનું મહત્વ સમજાવાનો લેખકે પ્રયત્ન કર્યો છે .આ માટે લેખકે વિવિધ સંદર્ભ સાહિત્ય નો ઉપયોગ કર્યો છે , જેની ખાસ નોંધ લેજો

સ્વીકૃતિઓ

આ પુસ્તક માટે મેં વિવિધ લેખ આધારિત માહિતી વિકિપીડિયા ,લેખ ને લાગતા આવેલા વિવિધ અખબારી અહેવાલ અને જે તે લેખક ના લેખ ના સંદર્ભો નો સહારો લીધો છે તે સૌ નો હું આભાર માનું છું .

અનુક્રમણિકા

- વિશ્વ વસ્તી દિન
- દૂધ દિવસ
- ખેલ દિવસ
- ઉર્જા સરંક્ષણ દિવસ
- માનવ અધિકાર દિવસ

1

વિશ્વ વસ્તી દિન

મિત્રો આ લેખ માહિતી આધારિત છે , મેં વિવિધ સંદર્ભો, અખબારી અહેવાલો નો ઉપયોગ કરીને આ લેખ લખ્યો છે મેં માત્ર માહિતી આપી છે જેની નોંધ લેવા વિનંતી છે .૧૧ જુલાઈના રોજ ઉજવવામાં આવે છે, આ ઉજવણી વિશ્વમાં વસ્તીવધારાની સમસ્યા પ્રત્યે લોકજાગૃતી આવે તે માટે કરવામાં આવે છે. આ ઉજવણીની શરૂઆત સંયુક્ત રાષ્ટ્રસંઘનાં 'સંયુક્ત રાષ્ટ્ર વિકાસ કાર્યક્રમ'ની સંચાલન પરિષદ દ્વારા 1989માં કરવામાં આવેલ.

11 જુલાઈ 1987 નાં દિવસે વિશ્વની જનસંખ્યા લગભગ 5 અબજને પાર કરી ગયેલ, જે દિવસ 'પાંચ અબજ દિન' તરીકે ઓળખાવાયો, અને આ દિવસથી પ્રેરીત થઇ જનહીતમાં વિશ્વ વસ્તી દિન ઉજવવામાં આવે છે. આ વખતે વિશ્વ વસ્તી દિવસ 2022 ની થીમ છે "વધુ પડતી વસ્તી સંબંધિત વિવિધ મુદ્દાઓ પર ધ્યાન કેન્દ્રિત કરી શકે છે અને આ મુદ્દાને કાબૂમાં લેવા માટે જરૂરી પગલાંઓને પ્રોત્સાહન આપી શકે છે"..

આનુવંશિકતાના કુદરતી નિયમ મુજબ પ્રત્યેક સજીવ પોતાના જેવો બીજો સજીવ પેદા કરે છે અને તે પ્રાણી તેમજ વનસ્પતિ દરેકને લાગું પડે છે. માનવી પણ કુદરતના આ નિયમ અનુસાર પોતાના બાળકો પેદા કરે છે અને મહદ્અંશે પોતાના બાળકોનું જીવન પોતા કરતાં પણ વધુ સારું થાય તેવા પ્રયત્નો કરે છે. આ પ્રક્રિયા એક વ્યક્તિ

તરીકે તેમજ એક સમાજ તરીકે, એક દેશ તરીકે અને સમગ્ર રીતે જોતાં માનવજાત તરીકે પણ નિભાવે છે. આપણે જાણીએ છીએ કે પ્રત્યેક મનુષ્ય પોતાના સંતાનો માટે અને દરેક પેઢી આગામી પેઢીના ઉત્કર્ષ માટે કંઈક કરવાની ઈચ્છા ધરાવતી હોય છે.

એટલે કે વસ્તી એ વ્યક્તિ, દેશ કે વિશ્વ માટે પોતાના સોનેરી ભવિષ્ય નિર્માણ માટે અનિવાર્ય જરૂરિયાત છે. જો વસ્તી એ દરેકની જરૂરિયાત છે તો પછી આઝાદીથી અત્યાર સુધી વસ્તી-વધારો એ ભારતની પ્રથમ અને પાયાની સમસ્યા કેવી રીતે બની શકે ? તે જ પ્રમાણે રશિયામાં વધુ બાળકોવાળા કુટુંબોને ઈનામો અને પ્રોત્સાહન મળતું હોય, જાપાનમાં સરેરાશ ઉંમર વધતાં યુવા વસ્તીની ઘટ પડતી હોય, યુરોપમાં મધ્ય-પૂર્વમાંથી ગૃહ યુદ્ધ અને આતંકવાદનો ભોગ બનેલ લાખો અને કરોડો શરણાર્થીઓ સમાવી લેવાતાં હોય, અમેરિકા જેવા વિકસિત દેશમાં વિશ્વભરમાંથી લોકોને ઉચ્ચ જીવનધોરણ આપી વસાવાતા હોય અને આ બધું યોજના બદ્ધ રીતે આયોજન કરી કરાતું હોય ત્યારે ભારત માટે વસ્તી એ સમસ્યા કેવી રીતે ગણાય ?

તે જાણવું અને સમજવું આજના તબક્કે ખૂબ જ અનિવાર્ય છે.

વસ્તીના વિતરણ અને કુદરતી સંપત્તિના વૈશ્વિક વિતરણને સમજવું જરૂરી છે. યૂરોપના દેશોમાં બે વિશ્વયુદ્ધો દરમિયાન મોટાપાયે યુવાવસ્તી મૃત્યુ પામી. જેના કારણે વસ્તીવૃદ્ધિનો દર ખૂબ ઘટી ગયો. વસ્તીમાં વૃદ્ધોનું પ્રમાણ વધતાં ઉત્પાદક-વસ્તી (18 થી 40 વર્ષ) ઉપર વૃદ્ધોને નીભાવવાની જવાબદારી વધી. તેમ છતાં આ દેશોમાં આર્થિક અને ઔદ્યોગિક વિકાસ વધું થયેલું હોઈ અને વિશ્વના દેશોનું વિશ્વયુદ્ધો પહેલાના સમયમાં સામ્રાજ્યવાદી નિતિથી અથવા અનિતિથી શોષણ કરેલું હોઇ યૂરોપમાં જીવનધોરણ ઊંચું જળવાઈ રહેલ છે. એ જ પરિસ્થિતિ અમેરિકા, જાપાન અને અન્ય વિકસિત દેશોની છે. વિકસિત દેશોમાં શિક્ષણનું પ્રમાણ ઊંચું હોય છે અને ઉચ્ચ શિક્ષા પ્રાપ્ત લોકો ઓછી વસ્તી પેદા કરવાનું વલણ ધરાવે છે.

કેટલાંક દેશોમાં તો લગ્ન અને કુટુંબ જેવી સામાજિક સંસ્થાઓનું અસ્તિત્વ પણ સંકટમાં છે. યુવક-યુવતીઓ પોતાની જવાબદારી ન વધારવાની વૃત્તિથી લગ્ન વિના ચલાવી લેવાનું વલણ ધરાવતા થયા છે. તેની સામે ખાસ કરીને એશિયા એટલે કે દુનિયાનો સૌથી જૂનો

અને સૌથી ગીચ વસ્તી ધરાવતો ખંડ એ પ્રમાણમાં અવિકસિત અથવા વિકાસશીલ દેશોનો ખંડ છે. અહીં પરિસ્થિતિ તદ્દન વિરોધી છે. વસ્તીનો ઉચ્ચ વૃદ્ધિ દર, વસ્તીની અતિશય ગીચતા, અશિક્ષા, ગરીબી, બીમારી વગેરે વિકાસશીલ દેશોની સૌથી મોટી સમસ્યાઓ છે. હાલમાં સમગ્ર દુનિયાની વસ્તી 7.02 અબજ જેટલી છે.

ભારતમાં કુલ વસ્તી 1.2 અબજ એટલે કે અમેરિકા, જાપાન, પાકિસ્તાન, ઇન્ડોનેશિયા, બ્રાઝિલ અને બાંગ્લાદેશ જેવા દેશોની કુલ વસ્તીની સમકક્ષ છે. 2011ની છેલ્લી વસ્તીગણતરી પ્રમાણે ગુજરાતની વસ્તી 6.03 કરોડ નોંધવામાં આવી હતી. યુનાઈટેડ નેશન્સના એક અહેવાલ મુજબ છેલ્લા પચાસ વર્ષોમાં વિશ્વની વસ્તી બમણી થઈ ગઈ છે. વસ્તી વિસ્ફોટ એ આજે એશિયાના દેશો માટે મુખ્ય સમસ્યા બની ગઈ છે. એક ગણતરી પ્રમાણે વિશ્વભરમાં દર એક સેકંડમાં લગભગ ચાર બાળકો જન્મે છે. આટલી ઝડપે વસ્તીમાં વધારો થતો રહેવાના કારણે વર્ષભરમાં આંકડો અધધ કહેવાય તેટલા નવા આંકડાને સ્પર્શતો રહે છે.

છે. તે સત્યથી આપણે સૌ અવગત છીએ. કુદકે-ભુસકે વધતી જનસંખ્યા પર ખરેખર નિયંત્રણની જરૂર છે. જેનાથી ભવિષ્યમા સર્જાનારી મૂશ્કેલીઓને આપણે દૂર રાખી શકીએ. જે રીતે પૂર કે સુનામી આવે તો એ તેની સાથે મોટા પ્રમાણમાં કચરો, ચીજવસ્તુઓ, વૃક્ષો વગેરે જેવી અનેક વસ્તુઓ સાથે લઈને આવે છે, તેવી જ રીતે વસ્તી વધારાનું પ્રચંડ પૂર તેની સાથે અનેક મુશ્કેલીઓ લઈને આવે છે, અનેક પ્રશ્નો લઈને આવે છે. વધતી જનસંખ્યાથી દેશનો આર્થિક વિકાસ રુંધાઈ રહ્યો છે, ગરીબી વધી રહી છે, પર્યાવરણની સમતુલા ખોરવાઈ રહી છે. આપણે જ આપણા ભવિષ્યને ખોરવી રહ્યા છે.

બેફામ વસ્તી વધવાના કારણે સમગ્ર વિશ્વ જાણે કે ભયાનક વિસ્ફોટ બોમ્બ પર ઉભું છે. વસ્તી વધારાને કારણે જીવનજરૂરિયાતની વસ્તુઓ, ભોજન અને રહેઠાણ જેવી સુવિધાઓના અભાવની સમસ્યાઓ સર્જાય છે, સરકાર દ્વારા આવી સમસ્યાઓના નિવારણ માટેની અનેક યોજનાઓ અમલમાં મૂકાય છે પરંતુ વધતી જતી વસ્તીને પરિણામે આનું કોઈ નોંધનીય કે હકારાત્મક પરિણામ મેળવી શકાતું નથી. વસ્તીવધારાનું આ પ્રચંડ પૂર તેની સાથે બેરોજગારી,

ગરીબી, પ્રદૂષણ, કુપોષણ, જીવન જરૂરી વસ્તુઓની અછત વગેરે જેવી અનેક સમસ્યાઓ અને પ્રશ્નો સાથે લઈને આવે છે. અન્ય સાઈડ ઈફેક્ટસમાં બેકારી અને ગરીબીના પરિણામે ગુનાખોરી, ચોરી, અપરાધિક સમસ્યાઓ પણ સમાજમાં મોટાપાયે અરાજકતા ફેલાવતી રહે છે. આ પ્રત્યેક પ્રશ્નોની આડઅસરો વૈશ્વિક સમસ્યારૂપે પરેશાન કરી રહી છે અને ઉપરથી દેખાય છે તેથી વધુ ઊંડા તેના મૂળિયા છે.

જેવી રીતે ભારતમાં બેરોજગારીનું સ્તર ઊંચું છે તેવી જ રીતે આરોગ્યની દ્રષ્ટિએ એટલું જ કથળેલું પણ છે. આરોગ્યની બાબતમાં ભારતનું સ્થાન વિશ્વમાં 111 મું છે. વસ્તી વધારાને કારણે, પ્રાથમિક સુવિધાઓના અભાવને કારણે ગરીબી અને અજ્ઞાનતા વધે છે. જેને કારણે લોકોમાં જાગૃતિનો અભાવ ગંદકી અને રોગચાળાનું નિમિત્ત બને છે.

ગરીબ લોકો જાગૃતિના અભાવે વસ્તીવધારાના ગંભીર પરિણામોને ગંભીરતાથી લેતાં જ નથી. આના સીધા પરિણામ રૂપે ધનિકો વધુ ધનિક બની રહ્યા છે અને અભણ-ગરીબ વર્ગ વધુ ગરીબ બની રહ્યા છે. ભણતરથી સામાન્ય સમજ તથા જાગૃતિ આવે છે અને દરેક પરિસ્થિતિના ભાવિ પરિણામો વિશેની સભાનતા કેળવાય છે જે નીચલા વર્ગમાં સ્વાભાવિકપણે જ ઓછી દેખાય છે. ભારત દેશ આજે વિકાસશીલ દેશ મટી વિકસિત દેશોની હરોળમાં ઊભો થઈ રહ્યો છે,

વિકાસની કેડી પકડી ચૂક્યો છે પણ ધારી સફળતા મળતી નથી. દેશનું અર્થતંત્ર ધીમું પડે, તેની ગતિ-પ્રગતિ અવરોધાય એટલી હદે અને એ ઝડપે વસ્તી દર વધી રહ્યો છે. આ સમસ્યા માત્ર ભારતને જ નહીં સમગ્ર એશિયાના દેશો માટે માથાના દુ:ખાવા સમાન બની ગઈ છે. વિશ્વ વસતી દિવસની હોંશભેર ઉજવણી ના કરવાની હોય પણ જે ઝડપે વિશ્વભરની વસતી બોમ્બ સમાન વિસ્ફોટક બની રહી છે, વૃદ્ધિ દર બેફામ રીતે વધી રહ્યો છે તેના પરત્વે યુદ્ધના ધોરણે પગલાં લેવાવા જોઈએ. જે ઘરમાં બેથી વધુ બાળકો હોય તેને અમુક તમુક સરકારી લાભોથી યોજનાઓથી વંચિત રાખવાની જાહેરાત પણ થઈ જ ગયી છે. બાળલગ્નો અટકાવવા પણ એટલા જ જરૂરી છે. વધુ બાળકો જન્મવા માટે બાળલગ્નો પણ એટલા જવાબદાર છે.

1.22 અબજને આંબી ગયેલી ભારત દેશની વસતીમાં હજુ લાખો, કરોડો પ્રાથમિક સુવિધાથી પણ વંચિત છે. નથી તેમની પાસે ઘરનું ઘર કે નથી આવકનું કોઈ નક્કર સાધન. છતાં નવાઈની વાત એ છે કે તેમના કહેવાતા ઘરોમાં એક એક પરિવારમાં ચારથી પાંચ નાગા-ભૂખ્યા બાળકો તો જોવા મળશે જ! દેશની આશરે 60 % ઉપરની વસતી ગરીબી રેખા નીચે જીવી રહી છે છતાં વસતીવધારા જેવી રાષ્ટ્રીય તથા વ્યક્તિગત વિકાસને રૂંધતી સમસ્યા કાબૂમાં આવવાનું નામ નથી લેતી.

જળ-જમીન જેવા કુદરતી સંસાધનો, પર્યાવરણ જેવા મહત્ત્વના મુદ્દે દબાણ કરતા વસતી વિસ્ફોટના મહાપ્રશ્નનો યોગ્ય સમયે, યોગ્ય રીતે ઉકેલ લાવવાની શરૂઆત નહીં કરાય તો શક્ય છે કે એક દિવસ એવો પણ આવશે કે ના તો રસ્તા પર ચાલવાની કે વાહનો ચલાવવાની જગ્યા રહેશે કે ના ઘરોમાં કે જાહેર સ્થળો પર શ્વાસ લેવા જેટલી જગ્યા બચશે.

વસતી વૃદ્ધી એ સમગ્ર વિશ્વની સાથે ભારત માટે પણ ખૂબ ગંભીર સમસ્યા છે. ચીન જેવા સામ્યવાદી દેશોમાં વસ્તી નિયંત્રણ પ્રમાણમાં સરળ છે જ્યારે આપણે ત્યાં એ ખૂબ જટિલ આર્થિક, સામાજિક અને રાજકીય સમસ્યા છે. તેમ છતાં, આજે આપણા ઉત્સાહી વડાપ્રધાન દુનિયાભરમાં ભારત એ વિશ્વનો સૌથી યુવા વસ્તી ધરાવતો દેશ હોવાની વાત કરે છે તે પણ હકીકત છે. ભારતમાં સૌથી વધું પ્રમાણમાં ઉત્પાદક એટલે કે 18 થી 40 વર્ષની વસ્તી છે. જો આ વસ્તીને પૂરતી સગવડ, શિક્ષણ અને રોજગારી આપવામાં આવે તો ચમત્કાર સર્જાઈ શકે જે હાલ સંભવિત દેખાતું નથી.

ખરેખર તો વિશ્વમાં કુદરતી સંપત્તિ અને જમીનના પ્રમાણમાં વસ્તીનું અસમાન વિતરણ એ સમસ્યા છે. જો ઑસ્ટ્રેલિયા કે જેનું ક્ષેત્રફળ ભારત કરતાં વધું હોય અને વસ્તી માત્ર ભારતનાં વાર્ષિક વસ્તી વધારા જેટલી હોય તો ત્યાં આવેલી અફાટ કુદરતી સંપત્તિનો ઉપયોગ કરવા અને તેને વપરાશમાં લાવવા પણ બહારના દેશોમાંથી લોકો લઈ જવા પડે છે. આફ્રિકાના દેશોમાં પુષ્કળ કુદરતી સંપત્તિ વપરાયા વગરની છે જે ત્યાંની પ્રજામાં ટેકનોલોજિકલ અને શૈક્ષણિક લાયકાત કેળવી વપરાશમાં લેવામાં આવે તો તેમનું જીવનધોરણ

સુધારી શકાય.

ચીન જેવા દુનિયાના સૌથી વધુ વસ્તી ધરાવતાં દેશમાં પણ લાંબા સમયથી અમે બે-અમારું એક ની નિતિ બદલી બે બાળકની હિમાયત કરાઈ છે ત્યારે વસ્તીને સમસ્યા કરતાં સંપત્તિ ગણવાની વૈશ્વિક નિતિ હોવા છતાં આપણા દેશમાં તો આજે પણ વસ્તી અને વસ્તીવૃદ્ધિ એ સમસ્યા જ છે. આશા રાખીએ કે આવા દિવસોની ઉજવણી દ્વારા આપણે સૌ આ ગંભીર સમસ્યા તરફ સભાન થઈ તેનો યોગ્ય ઉકેલ શોધીએ, જેથી કરીને આવનાર પેઢીઓ માટે આપણે કાંઈક સારું મૂકીને જઈ શકીએ.

સ્રોત: વેબદુનિયા બ્લોગ, વિકિપીડિયા , વિવિધ અખબારી અહેવાલો અને વિવિધ લેખકો ના બ્લોગ અને લેખ આધારિત માહિતી

2
દૂધ દિવસ

મિત્રો વિશ્વ દૂધ દિવસને મનાવવાની શરૂઆત સૌપ્રથમ વર્ષ 2001માં સંયુક્ત રાષ્ટ્ર દ્વારા કરાઇ હતી. જે બાદ સંયુક્ત રાષ્ટ્રના ખાદ્ય અને કૃષિ સંગઠને 1 જૂનને વિશ્વ દૂધ દિવસ તરીકે ઉજવવાનું નક્કી કર્યું હતું. પ્રથમ વખત આ દિવસ 1 જૂન, 2007ના રોજ ઉજવવામાં આવ્યો હતો. એફએઓનું મુખ્યાલય ઇટલીના રોમમાં આવેલ છે. જેની સ્થાપના 16 ઓક્ટોબર, 1945માં કરવામાં આવી હતી. આ લેખ માહિતી આધારિત છે અને મેં માત્ર માહિતી આપી છે જેની નોંધ લેજો

વિશ્વ દૂધ દિવસ 2022 થીમ "ડેરી ક્ષેત્રમાં ટકાઉપણું, તેમજ પર્યાવરણીય, પોષણ અને સામાજિક આર્થિક સશક્તિકરણ" છે.. આ દિવસે જાગૃકતા ફેલાવવા માટે જે પણ કાર્યક્રમ આયોજિત કરવામા આવશે, તે આ થીમ પર આધારિત હશે.

દેશોમાં દૂધના મહત્વને સમજવા માટે ઘણા કાર્યક્રમો યોજવામાં આવે છે. ભારતમાં 26 નવેમ્બરે રાષ્ટ્રીય દૂધ દિવસ ઉજવવામાં આવે છે. આ દિવસ પહેલીવાર 26 નવેમ્બર, 2014માં મનાવામાં આવ્યો હતો. આ દિવસ શ્વેતક્રાંતિના જનક ડો. વર્ગિસ કુરિયનની યાદમાં મનાવવામાં આવે છે. તેમનો જન્મ 26 નવેમ્બરે થયો હતો અને તેથી જ આ દિવસને રાષ્ટ્રીય દૂધ દિવસ ઘોષિત કરવામાં આવ્યો હતો ભારતમાં એક વ્યક્તિએ અમુલ બ્રાન્ડને દેશના દરેક ઘર સુધી લઇ જવાનું કામ કર્યું, તેનું નામ છે વગીઝ કુરિયન છે.

દેશને દૂધ ઉત્પાદનમાં સ્વનિર્ભર બનાવવા ઉપરાંત, વર્ગીઝ કુરિયન દ્વારા ખેડૂતોની સ્થિતિ સુધારવા માટે તેની શરૂઆત કરવામાં આવી હતી.કુરિયનને 'મિલ્કમેન ઓફ ઇન્ડિયા' તરીકે પણ ઓળખવામાં આવે છે. એક સમયે જ્યારે ભારતમાં દૂધની તંગી હતી, કુરિયનના નેતૃત્વ હેઠળ દૂધ ઉત્પાદનમાં ભારતને આત્મનિર્ભર બનાવવાની દિશામાં કામ શરૂ થયું હતું કુરિયનએ દેશમાં બિલિયન લિટર આઇડિયા, ઓપરેશન ફ્લડ અને ડેરી ફાર્મિંગ જેવા અભિયાનો શરૂ કર્યા હતા. આજે આને કારણે ભારત દૂધ ઉત્પાદનમાં વિશ્વમાં પ્રથમ નંબરે છે. આને કારણે, ગ્રામીણ આવકના ત્રીજા ભાગનું સ્રોત દૂધનું ઉત્પાદન છે.

કુરિયનને ભારતમાં શ્વેત ક્રાંતિનો પિતા કહેવામાં આવે છે. તેમને દેશનો સૌથી મોટો સામાજિક ઉદ્યોગસાહસિક પણ કહેવામાં આવે છે. આ દિવસે અમુલની સ્થાપના કરવામાં આવી હતી. 1946 માં, કુરિઅને ડેરી સહકારી, કૈરા ડિસ્ટ્રિક્ટ કોઓપરેટિવ મિલ્ક પ્રોડ્યુસર્સ એસોસિએશન લિમિટેડ (KDCMPUL) ની સ્થાપના કરી. તે અમૂલ ડેરી

તેમણે ત્રિભુવનભાઇ પટેલ સાથે મળીને આ સહકારી મંડળીનો પાયો નાંખ્યો હતો. કુરિયન વિશ્વના પ્રથમ વ્યક્તિ હતા જેમણે ભેંસના દૂધમાંથી પાવડર બનાવ્યો હતો. અગાઉ ગાયના દૂધમાંથી પાવડર બનાવવામાં આવતો હતો. જ્યારે કંપનીએ પોતાનો વ્યવસાય શરૂ કર્યો હતો, ત્યારે કંપનીની ક્ષમતા દિવસના માત્ર 250 લિટરની હતી. હાલમાં કંપનીના કુલ 7.64 લાખ સભ્યો છે. કંપની દરરોજ લગભગ 3.3 લાખ લિટર દૂધ કલેક્શન કરે છે. કંપનીની પ્રોસેસિંગ ક્ષમતા દરરોજ 50 લાખ લિટર છે.

ગયા વર્ષે કંપનીએ 18.8 કરોડ ટન દૂધનું ઉત્પાદન કર્યું હતું, જે વિશ્વના કુલ દૂધ ઉત્પાદનમાં 22 ટકા છે. આપણા દૂધનું ઉત્પાદન 1950-51માં માત્ર 17 કરોડ ટન હતું. આજે વ્યક્તિ દીઠ પ્રાપ્યતામાં 394 ગ્રામ દૂધ સાથે, આપણે વૈશ્વિક સરેરાશ 273 ગ્રામથી ઉપર છે.

આપણા સ્વાસ્થ્ય માટે કેટલું ફાયદાકારક છે અને આપણી ડાયટ માં તેનું શું મહત્વ છે તે લગભગ બધા જાણતા જ હશે. દૂધના ગુણકારી ફાયદાઓ અને તેના નિયમિત સેવન અંગે લોકોને પ્રેરિત કરવા સમગ્ર

વિશ્વમાં 1 જૂને વિશ્વ દૂધ દિવસ એટલે કે વર્લ્ડ મિલ્ક ડે (World Milk Day)ની ઉજવણી કરવામાં આવે છે. આ સાથે જ દૂધને ખોરાક તરીકે લોકો માન્યતા આપે તે જ આ દિવસનો મુખ્ય ઉદ્દેશ્ય છે.

આ દિવસ ઉજવવાનું કારણ વિશ્વભરમાં દૂધને વૈશ્વિક ભોજન તરીકે માન્યતા આપવાનું છે. લોકોને લાગે છે કે દૂધ માત્ર બાળકોના સ્વાસ્થ્ય માટે સારૂ હોય છે, પરંતુ તેવું નથી. દૂધ દરેક વ્યક્તિના સ્વાસ્થ્ય માટે સારૂં હોય છે. આ વાતને લોકો સુધી પહોંચાડવા વિશ્વ દૂધ દિવસ મનાવવામાં આવે છે. લોકોને તે પણ સમજાવવામાં આવે છે કે દૂધને ડાયટમાં સામેલ કરવાથી સ્વાસ્થને અનેક ફાયદાઓ થાય છે.

આ સાથે જ આ દિવસ મનાવવાનો મુખ્ય ઉદ્દેશ્ય એ પણ છે કે ડેરી કે દૂધ ઉત્પાદન ક્ષેત્રમાં સ્થિરતા, આજીવિકા અને આર્થિક વિકાસને પ્રોત્સાહન આપવું. સવારે દૂધ ભારે હોય છે જે સહેલાઇથી પચી શકતું નથી. તેથી તેને સવારે પીવું ન જોઇએ. પરંતુ એવું પણ કહેવાય છે કે, સવારે દૂધ પીવાથી આખો દિવસ સ્ફૂર્તિમય રહે છે.વડીલોએ બપોરે દૂધ પીવું લાભદાયી છે. આ સમયે દૂધ પીવાથી શરીરને તાકાત મળે છે.કેટલાક લોકો સાંજે બાળકોને દૂધ આપે છે. આ સમયે દૂધ પીવાથી આંખો માટે ખૂબ સારૂ માનવામાં આવે છે.

આમ દૂધ કેલ્શિયમનું સૌથી ઉત્તમ સ્ત્રોત છે અને વિશ્વમાં એકમાત્ર પીણું છે જેમાં આટલા પ્રમાણમાં પ્રાકૃતિક પોષક તત્વ હોય છે.

સંદર્ભ : વિકિપીડિયા , વિવિધ અખબારી અહેવાલો

3
ખેલ દિવસ

મિત્રો ૨૯ ઓગસ્ટ ના રાષ્ટ્રીય ખેલ દિવસ મનાવાશે આ દિવસ ઉજવવાનો એક ઇતિહાસ છે , ભારતીય રાષ્ટિય રમત હોકી માં આપણું પ્રદર્ષન જોઈએ તેવું નથી , ત્યારે બહારની દુનિયામાં ભારતની ધાક પોતાની હોકી સ્ટિક વડે બતાવનાર મેજર ધ્યાંનચંદ નો ૨૯ ઓગસ્ટ ના જન્મદિવસ છે અને તેની યાદ માં આ દિવસે ભારત માં રાષ્ટ્રીય ખેલ દિવસ મનાવાય છે , પણ અફસોસ આપણા દેશ માં ક્રિકેટ સિવાય ની રમતો ને બહુ મીડિયા કે સરકાર કે લોકો તરફથી પ્રોત્સાહન મળતું નથી પરિણામે આપણા સારા ખેલાડીઓ મેડલ કે સરકારી મહેમાનગતિ થી દૂર થયા છે જે એક ચિંતા નો વિષય છે આથી આજનો દિવસ ક્રિકેટ સિવાય ની તમામ રમતો ના સાચા ખેલાડીઓ ને અર્પણ છે .

આવો વિઝાર્ડ ઓફ હોકી તરીકે પ્રખ્યાત ધ્યાનચંદ વિશે જાણીએ વર્ષ 1905માં ૨૯ ઓગસ્ટ ઉત્તરપ્રદેશના અલ્હાબાદમાં જન્મ થયો હતો. પિતા બ્રિટીશ લશ્કરમાં સુબેદાર તરીકે નોકરી કરતા હોવાથી શિસ્ત,અનુશાસનના ગુણો વારસમાં જ મળ્યા હતા. પિતા સોમેશ્વર દત્તને ધ્યાનચંદ ઉપરાંત મુલસિંહ અને રુપસિંહ એમ ત્રણ સંતાનો હતા. પિતા સોમેશ્વર લશ્કર તરફથી સ્થાનિક કક્ષાએ હોકીની રમતો રમતા અને નોકરીમાંથી જ્યારે પણ સમય મળે ત્યારે સાથે હોકી રમવાનું ચુકતા નહી..

બાળપણમાં સહપાઠીઓ સાથ વૃક્ષ ની ડાળી કાપીને બનાવેલા લાકડામાંથી હોકી સ્ટીક બનાવીને તથા કપડાંનો દડો બનાવીને હોકી રમતા હતા. ના હોકી રમવા સારુ મેદાન મળે કે ના હોકી સ્ટીક ખરીદ કરવાના પૈસા. પિતાને હોકી રમતમાં રસ હતો એટલે હોકીના કૌશલ્યો તથા નિયમોની સમજ ઘરમાંથી જ મળતી હતી. ધ્યાનચંદને પણ પિતાના પગલે હોકીમાં રસ જાગ્યો હતો.

નોકરી કરવી એ પરિવારની આર્થિક જરુરીયાત હોવાથી ધ્યાનચંદ 1922માં પંજાબ રેજીમેન્ટમાં સિપાહી તરીકે નોકરી શરુ કરી હતી. ધ્યાનચંદને બ્રાહ્મણ રેજીમેન્ટના સુબેદાર ભોલે તિવારીએ ધ્યાનચંદને હોકીના પાયાના નિયમો તથા કૌશલ્યો અંગે માર્ગદર્શન આપીને હોકી રમતમાં આગળ વધવાની પ્રેરણા આપી હતી. હોકીનું માર્ગદર્શન ભોલે તિવારી પાસેથી મળ્યું પરંતુ તેમના પ્રથમ કોચ પંકજ ગુપ્તા બન્યા હતા. ભારતીય હોકીના ઉજ્જવળ ઇતિહાસ ના પાને પાને હોકી ખેલાડી મેજર ધ્યાનચંદનું નામ સુવર્ણ અક્ષરે લખાયેલું છે.

તેમણે જે સફળતા મેળવી તે ભારતના ગુલામીકાળમાં હતી પરંતુ ભારતીયોના કૌશલ્યને દુનિયા જાણતી ન હતી ત્યારે અંગ્રેજ સરકાર નહી પરંતુ ભારતીયોનું નામ રોશન કર્યું હતું. હારની બાજી જીતમાં પલટી નાખવાની ક્ષમતા ભરપુર હતી. આથી ધ્યાનચંદનો ભય વિરોધી ટીમને વધારે રહેતો હતો. સ્ફૂતિથી દોડીને ગોલ કરવાનો તેમનામાં જે કસબ હતો એ દૈવી પ્રકારનો લાગતો હતો આથી જ તો હોકી રમતના સમિક્ષકો, વિવેચકો, અને ખેલાડીઓ આજે પણ કબૂલે છે કે ધ્યાનચંદ જેવો હોકી ખેલાડી વિશ્વમાં આજ સુધી પાક્યો નથી. ક્રિકેટમાં જે સ્થાન ડોન બ્રેડમેન, સચિન તેંડુલકર અને ફુટબોલમાં પેલે ,મારાડોનાનું છે તેવું સ્થાન હોકીમાં મેજર ધ્યાનચંદનું સદા રહેવાનું છે.
.

હોકીના મહાન જાદુગરના પિતા સોમેશ્વર દત્ત લશ્કરમાં હોકી રમતા હતા. તેમનો ભાઇ રૂપસિંહ પણ 1932 અને 1936માં ઓલ્મ્પિકસ ભારતીય હોકી ટીમનો સભ્ય હતો. ધ્યાનચંદની નિવૃતિ બાદ તેમના પુત્ર અશોકકુમારે પણ ભારતીય હોકીના એક સફળ ખેલાડી તરીકે નામના મેળવી હતી. 1972માં મ્યુનિચ તથા 1976માં માટ્રીયલ ખાતે રમાયેલા વિશ્વ ઓલમ્પિકમાં હોકી ખેલાડી તરીક ભાગ

લીધો હતો.. 1975માં મલેશિયા ખાતે રમાયેલી વિશ્વકપની ફાઇનલ મેચમાં ભારત મલેશિયાને 1.0 થી પરાજય આપનારો એક માત્ર ગોલ અશોકકુમારસિંહે કર્યો હતો.

માણસમાં પ્રબળ ઇચ્છશક્તિ અને સાહસ હોયતો અભાવ ખાસ નડતા નથી તેનું જીવતું જાગતું ઉદાહરણ હોકીના જાદૂગર મેજર ધ્યાનચંદ હતા. સેન્ટર ફોરવર્ડમાં રમતો આ ખેલાડી વીજળીક સ્ફૂર્તિથી દે ધના ધન ગોલ કરવા માંડે ત્યારે હરિફ ટીમના ખેલાડીઓ લાચાર બની જતા હતા. હોકી આમ તો ટીમવર્કની રમત છે પરંતુ મેજર ધ્યાનચંદ એકલા હાથે જાણે કે હરિફ ટીમનો પરાજય લખી નાખતા હતા. આથી જ તો ધ્યાનચંદના યુગને ભારતીય હોકીનો સુવર્ણકાળ ગણવામાં આવે છે.

1926 માં ન્યુઝીલેન્ડ ગયેલી ભારતીય હોકી ટીમના ખેલાડી તરીકે પહેલીવાર ધ્યાનચંદની પસંદગી થઇ હતી. ન્યુઝીલેન્ડ ના પ્રવાસ દરમિયાન બંને દેશો વચ્ચે 20 મેચો રમાઇ તેમાંથી 18 મેચ ભારતે જીતી હતી. માત્ર 1 મેચમાં હાર અને 1 ડ્રો થઇ હતી. ન્યુઝીલેન્ડની ટીમે એક પણ મેચ જીતી શકી ન હતી. સમગ્ર ટુર્નામેન્ટમાં ભારતના ખેલાડીઓએ 192 ગોલ ફટકાર્યા જેમાંથી 100 ગોલ તો માત્ર ધ્યાનચંદના જ હતા. આથી અંગ્રેજોએ શિરપાંવ આપીને સિપાહીમાંથી લાન્સ નાયક તરીકે બઢતી આપી હતી. 1927માં ફોલ્કસ્ટોન ફેસ્ટીવલના ભાગ રુપે ભારત અને ઇંગ્લેન્ડ વચ્ચે 10 હોકી સ્પર્ધા યોજાઇ હતી.

આ સ્પર્ધામાં ભારતની હોકી ટીમે કુલ 72 ગોલ કર્યા જેમાંથી ધ્યાનચંદના 36 ગોલ હતા. 1928માં એમ્સ્ટર્ડમ ઓલિમ્પકસમાં ગોલ્ડ મેડલ માટે નેધરલેન્ડની સાથેની ફાઇનલ મેચમાં સેન્ટર ફોરવર્ડ ખેલાડી ધ્યાનચંદ હરિફ ટીમને ગોલ્ડ કરવામાં સફળ થવા દેતા ન હતા. નેધલેન્ડની હોકી ટીમ ઘર આંગણે મેચ હોવાથી જીત માટે મરણિયા બની હતી. છેવટે ભારતે નેધરલેન્ડને 3-0થી હરાવ્યું જેમાં અજેય સરસાઇ ધરાવતા બે ગોલ ધ્યાનચંદની હોકીમાંથી નિકળ્યા હતા.

1932માં લોસ એન્જેલસ ઓલિમ્પકસ માં અમેરિકાને 24-0 થી હરાવીને ગોલ્ડ મેડલ જીત્યો હતો જેમાં ધ્યાનચંદે 8 ગોલ ફટકાર્યા

હતા. ઓલ્મિપકસ માં આ રેકોર્ડ 2003માં તૂટયો ત્યારે હોકી પ્રેમીઓ એ ભારતીય હોકીને સુવર્ણયુગમાં લઇ જનારા મેજર ધ્યાનચંદને યાદ કર્યા હતાહોકીના મહાન જાદ્ગરે 43 વર્ષની ઉંમરે સ્વેચ્છાથી નિવૃતિ જાહેર કરી. ભારત સરકારે લશ્કરમાં મેજરનો હોદ્દો આપ્યો તથા દેશના ત્રીજા ક્રમના શ્રેષ્ઠ નાગરીક સન્માનથી સન્માનિત કર્યા.

1956માં વય નિવૃતિના લીધે મેજર ધ્યાનચંદ લશ્કરમાંથી નિવૃત થયા. નિવૃત થયા બાદ તેમણે પટીયાલા ખાતેના નેશનલ ઇન્સ્ટિયુટ ઓફ સ્પોર્ટમાથી કોચિંગમાં ડિપ્લોમાં કર્યું હતું. જો કે મહાન જાદ્ગર ખેલાડી કોચિંગમાં ખાસ સફળ રહયા ન હતા કારણ કે તુઓ નિયમમાં બંધાયા વગરનીનૈસર્ગિક હોકી જ રમતા હતા.એટલું ચોકકસ છે કે ધ્યાનચંદની પ્રતિભાનો ભારતીય હોકી પર દાયકાઓ સુધી પ્રભાવ રહયો હતો. પોતાની હોકી આંતરરાષ્ટ્રીય હોકી કારકિર્દી દરમિયાન 1000થી પણ વધુ ગોલ કર્યા હતા. આથી ધ્યાનચંદને ભારત રત્ન આપીને સન્માન થવું જરુરી છે એવું તેમના ચાહકો આજે પણ માને છે. ધ્યાનચંદ જેવી મહાન વ્યકિતને ભારત રત્ન મળે તે એવોર્ડની શોભા સમાન છે.

સંદર્ભ :વિકિપીડિયા , ભારત નો ઇતિહાસ , વિવિધ અખબારી અહેવાલો અને વિવિધ લેખકો ના બ્લોગ અને લેખ આધારિત માહિતી

4
ઉર્જા સંરક્ષણ દિવસ

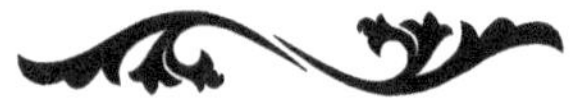

મિત્રો 14 ડિસેમ્બરે 'રાષ્ટ્રીય ઉર્જા સંરક્ષણ દિવસ' મનાવવામાં આવે છે. તેનો હેતુ લોકોને ગ્લોબલ વોર્મિંગ અને ક્લાઈમેટ ચેન્જ વિશે જાગૃત કરવા અને ઉર્જા સ્રોતોની બચત માટેના પ્રયાસોને પ્રોત્સાહન આપવાનો છે. વધતી વસ્તી સાથે ઉર્જા સંસાધનોની જરુરિયાત પણ વધી રહી છે. ઉર્જા સંરક્ષણ એ બળતણનો વપરાશ ઘટાડવા અને ભવિષ્ય માટે બચત કરવા માટે ઓછામાં ઓછા ઉર્જા સંસાધનોનો ઉપયોગ કરવાનો પ્રયાસ છે.

ઉર્જા કાર્યક્ષમતા બ્યુરોએ 2001માં ભારતીય ઉર્જા સંરક્ષણ અધિનિયમનો અમલ કર્યો હતો. BEE એ એક બંધારણીય સંસ્થા છે જે ભારત સરકાર હેઠળ કામ કરે છે અને ઉર્જાનો ઉપયોગ ઘટાડવા માટે નીતિઓ અને વ્યૂહરચનાઓના વિકાસમાં મદદ કરે છે.

BEE ઉર્જા સંરક્ષણને લગતી નીતિઓ પણ બનાવે છે અને એ જ મુદ્દા વિશે લોકોને ચેતવણી આપવાનું કામ કરે છે. આ દિવસ અંગે જાગૃતિ ફેલાવવા માટે ઘણા લોકો આ મુદ્દાની ચર્ચા સોશિયલ મીડિયા પર પણ કરે છે.

ઉર્જાનું સંરક્ષણ એ ભવિષ્ય અને વર્તમાન માટે એક મોટી જરુરિયાત

છે. ઊર્જા સંરક્ષણ એ એક પ્રેક્ટિસ છે, અને તે દરેક માટે આદત બનવી જોઈએ. ઊર્જા સંરક્ષણના મહત્વ વિશે જાગૃતિ લાવવા ઉપરાંત, સંસાધનો અને ઊર્જાના મહત્વ વિશે પણ લોકોને જાગૃત કરવા જરૂરી છે. રાષ્ટ્રીય ઊર્જા સંરક્ષણ દિવસ: 'રાષ્ટ્રીય ઊર્જા સંરક્ષણ દિવસ',

આ દિવસનું મહત્વ એ સંદેશ આપે છે કે, પુનઃપ્રાપ્ય ઊર્જાનો ઉપયોગ કરીને આપણે ઊર્જાના ખતમ થતા સ્ત્રોતોનું જતન કરવું જોઈએ.

ઊર્જાની બચત કરવાની પાંચ સરળ રીતો -

1. જ્યારે લાઇટ અને ઉપકરણો ઉપયોગમાં ન હોય ત્યારે બંધ કરવા.

2. સોલાર પેનલ્સ ઇન્સ્ટોલ કરીને સૌર ઊર્જા જેવા ઊર્જાના નવીનીકરણીય સ્ત્રોતો પર નિર્ભર થવું.

3. નવા ખરીદવાને બદલે ઈલેક્ટ્રોનિક્સનો શક્ય તેટલો પુનઃઉપયોગ કરવો.

4. LED બલ્બ જેવા ઊર્જા કાર્યક્ષમ ઉત્પાદનોનો ઉપયોગ કરવો.

5. ટ્રાફિક સિગ્નલ પર રાહ જોતી વખતે વાહનના એન્જિનને બંધ કરવું.

BEE એ ઊર્જાનો ઉપયોગ અને સંરક્ષણના લક્ષ્યાંકો હાંસલ કરવા માટે સંસ્થાઓ અને ઔદ્યોગિક એકમોને ઓળખવા અને પુરસ્કાર આપવા માટે નવી દિલ્હીમાં વિજ્ઞાન ભવન ખાતે રાષ્ટ્રીય ઊર્જા સંરક્ષણ પુરસ્કારનું આયોજન કર્યું હતું. આ દિવસે દેશભરમાં ચર્ચાઓ, પરિષદો, ચર્ચાઓ, વર્કશોપ અને સ્પર્ધાઓ વગેરે પણ યોજાય છે.

BEE આ દિવસે ઘણી પ્રવૃત્તિઓ હાથ ધરે છે. તે આયોજિત પ્રવૃત્તિઓમાં ભાગ લેવા માટે ઉદ્યોગોને પ્રેરે છે, તેથી સમગ્ર વિશ્વમાં જાગૃતિ ફેલાવી શકાય. ઊર્જા સંરક્ષણનો અભ્યાસ કરતા ઉદ્યોગોને

BEE દ્વારા પુરસ્કાર આપવામાં આવે છે. ઝોનલ રેલ્વે, બિલ્ડિંગ, રાજ્યોની નિયુક્ત એજન્સીઓ અને લેબલવાળા ઉપકરણોના ઉત્પાદકોને પણ પુરસ્કાર આપવામાં આવે છે. ઊર્જાની બચત કરીને ગ્લોબલ વોર્મિંગ ઘટાડી શકાય છે એ સંદેશ આપવા અને ઊર્જા સંરક્ષણ પ્રત્યેની તેમની પ્રતિબદ્ધતા માટે પણ આ પુરસ્કાર આપવામાં આવે છે.

જો કે, નિર્ણાયક સંજોગોમાં પણ ભારત વિશ્વના નેતા તરીકે ઊભું છે અને માત્ર ઊર્જા કાર્યક્ષમતા અને સંરક્ષણમાં જ નહીં, પણ આબોહવા પરિવર્તનની અસરોને ઉલટાવીને પણ આગળ વધી રહ્યું છે. ભારત સરકાર વિવિધ યોજનાઓ અને નીતિઓ દ્વારા સતત ઊર્જા કાર્યક્ષમતા અને સંરક્ષણના કાર્યને આગળ ધપાવી રહી છે.
    સંદર્ભ : વિકિપીડિયા અને વિવિધ અખબારી અહેવાલો

5
માનવ અધિકાર દિવસ

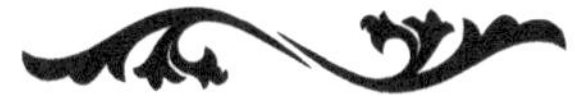

મિત્રો આજે મેં તમને વિવિધ સ્રોત માંથી માહિતી પુરી પાડવાનો પ્રયત્ન કર્યો છે એટલે જ મેં આ લેખ તમને વિવિધ માહિતી અને મુદ્દાઓ આધારિત તમારી સામે રજુ કર્યો છે એટલે આ લેખ માત્ર માહિતી અને જ્ઞાન આધારિત છે જેની નોંધ લેજો. માનવ હોવાને કારણે કોઈ પણ પ્રકારના ભેદભાવ વિના વ્યક્તિને પ્રાપ્ત થતા અધિકારો. માનવનું જીવન અમૂલ્ય છે અને પ્રત્યેક માનવને જન્મથી જ મૂળભૂત રીતે જીવન અને સ્વાતંત્ર્ય પ્રાપ્ત થયેલાં છે. માનવજીવનની આ આવશ્યક શરતો મૂલ્ય સ્વરૂપે વિશ્વસ્તરે વ્યાપ્ત બની અને માનવ-અધિકારો રૂપે સ્વીકૃતિ પામી.

વૈચારિક સ્તરે માનવ-અધિકારનાં બીજ ગ્રીસના સ્ટોઇક ચિંતકોએ રજૂ કરેલા 'પ્રાકૃતિક કાયદા'ની વિભાવનામાં રહેલાં છે. તેઓ માનતા કે સૃષ્ટિનાં તમામ જીવંત સર્જનમાં એક સનાતન અને વિશ્વવ્યાપી શક્તિ રહેલી હોય છે. આથી માનવવર્તનને 'રાષ્ટ્રના કાયદાઓ' કરતાં પ્રાકૃતિક નિયમોને આધારે મૂલવવું જોઈએ. રોમન વિચારક સિસેરોએ આ પ્રાકૃતિક નિયમોને સર્વોપરી અને સર્વવ્યાપી નિયમો તરીકે ઓળખાવ્યા, જેમાંથી ક્રમશ: પ્રાકૃતિક અધિકારોનો ખ્યાલ વિકસ્યો અને વ્યાપક બન્યો. ઉદારમતવાદી ચિંતનમાં આ સંદર્ભમાં પ્રાકૃતિક

અધિકારોની વાત કરવામાં આવી. ઉદારમતવાદનાં દાર્શનિક અને વ્યક્તિવાદી પાસાંઓ ધર્મસુધારણાની સાથે વિકસ્યાં, જેમાં પ્રત્યેક ક્ષેત્રમાં બૌદ્ધિક, સામાજિક, ધાર્મિક, રાજકીય અને આર્થિક સ્વાતંત્ર્ય માટેની માંગ હતી. આથી માનવ-અધિકારોનો પાયો નંખાયો.

એક તરફ ટોમસ એક્વાઇનસ, હ્યૂગો, ગ્રોશિયસ, સ્પિનોઝા, ફ્રાંસિસ બેકન, લૉક, વૉલ્તેર, મૉન્તેસ્ક અને રૂસો જેવા વિચારકો હતા, જેમણે વિવિધ દૃષ્ટિકોણથી માનવીય ગૌરવને બિરદાવ્યું. લૉકે પ્રાકૃતિક અધિકારોના વિચારોની વિગતે છણાવટ કરી અને જણાવ્યું કે સરકાર આવા પ્રાકૃતિક અધિકારોના રક્ષણાર્થે હોય છે તેમજ માનવ હોવાને નાતે વ્યક્તિને કેટલાક સ્વયંસિદ્ધ હક્કો મળેલા હોય છે. વિવિધ વિચારકો અને ક્રાંતિઓ દ્વારા આ અધિકારોની વિભાવના પરિપુષ્ટ થતી રહી તેમજ નાગરિક-અધિકાર સ્વરૂપે વ્યક્ત થતા પૂર્વે બ્રિટનમાં પિટિશન ઑવ્ રાઇટ્સ(1628)માં રજૂઆત પામી. નાગરિકના વૈયક્તિક અધિકારોની આ વિભાવના બિલ ઑવ્ રાઇટ્સ(1689)માં અને અમેરિકાના બંધારણની ઘોષણા(1776)માં આવરી લેવામાં આવી : 'અમે એ સ્વયંસિદ્ધ સત્યને સ્વીકારીએ છીએ કે તમામ માનવો જન્મે સમાન છે.

પરમ સર્જકે તેમને કેટલાક અદેય અધિકારો દીધા છે; જેમાં જીવન, સ્વાતંત્ર્ય અને સુખની પ્રાપ્તિના અધિકારો સમાયેલા છે.' ત્યારબાદ જ્યૉર્જ વૉશિંગ્ટનના પરમ મિત્ર અને તેની સાથે અમેરિકાના સ્વાતંત્ર્યયુદ્ધની ઘેરી તકલીફો ઝીલનાર ફ્રેંચ વિચારક લાફાયેત ઇંગ્લિશ અને અમેરિકાની ક્રાંતિમાંથી પ્રેરણા લઈ 'ફ્રેંચ ડેક્લેરેશન ઑવ્ ધ રાઇટ્સ ઑવ્ મેન ઍન્ડ ઑવ્ ધ સિટિઝન્સ' (26 ઓગસ્ટ 1789) દ્વારા માનવ-અધિકાર સ્વરૂપે તે વિભાવનાને રજૂ કરી. માનવ મુક્ત જન્મ્યો છે અને અધિકારો અંગે મુક્ત તથા સમાન રહેવા સર્જાયો છે એમ કહી તેની વિશદ ચર્ચા કરતાં સ્વતંત્રતા, સમાનતા, સલામતી અને જુલ્મોનો પ્રતિકાર કરવાના અધિકારો તેણે પ્રમાણ્યા. 1791માં અમેરિકાના બંધારણમાં પૂરું 'બિલ ઑવ્ રાઇટ્સ' સુધારાઓના રૂપમાં આમેજ કરી, લાફાયેતની રજૂઆતને અમેરિકાએ નિજ ઢબે પુષ્ટિ આપી. તો ફ્રેંચ ક્રાંતિ માનવ-અધિકારોની વિભાવનાનો વ્યાપક પ્રસાર કરનાર પાયાનું પરિબળ બની રહી.

આમ માનવ-અધિકારો પ્રકૃતિદત્ત અધિકારો તરીકે સ્વીકૃતિ પામ્યા ખરા, છતાં તે પ્રાકૃતિક હોવાના વિચારને પડકારવામાં આવ્યો. ઓગણીસમી સદીમાં નિરંકુશ સત્તાવાદ વિરુદ્ધ માનવ-અધિકારની લડત વધુ વિસ્તૃત ને વ્યાપક બની. જૉન સ્ટુઅર્ટ મિલ, ફ્રેડરિક કાર્લ વૉન સેવિગ્ની, હેનરી મેઇન, જૉન ઑસ્ટિન અને લુડવિગ ક્વીડ જેવા વિચારકોએ અન્ય આધારો શોધી માનવ-અધિકારોને ઉચિત ઠેરવ્યા, આમ અધિકારો અંગેની ચર્ચા જીવંત રહી.

માનવ-અધિકારોને વિકસાવવામાં ફ્રેંચ ક્રાંતિનું પ્રદાન નોંધપાત્ર છે. વિશેષે, આ ક્રાંતિ દરમિયાન રજૂ થયેલી સ્વતંત્રતા અને સમાનતાની વિભાવનાએ માનવ-અધિકારના પાયામાં નવી શક્તિનું સિંચન કર્યું. ક્રાંતિની ભ્રાતૃભાવની વિભાવનાએ રાષ્ટ્રવાદી ભાવનાઓને વેગ આપ્યો. આથી ગુલામી-વિરોધી લડતોને યુરોપભરમાં વેગ મળ્યો. ઔદ્યોગિક ક્રાંતિને લીધે આ લડતને નવું પરિમાણ સાંપડ્યું અને તે હતું શોષણના પ્રતિકારનું. શોષણનો વિરોધ કરવો એ વ્યક્તિની નૈતિક જવાબદારી બની. લોકશાહીએ આ જવાબદારીનું સમર્થન કર્યું અને વાજબી વેતન તથા કામના નિશ્ચિત કલાકો સ્વીકૃતિ પામ્યાં.

માનવ-અધિકારોમાં આર્થિક પાસું પણ ઉમેરાયું. 1946માં યુનાઇટેડ નેશન્સ કમિશન ઑન હ્યૂમન રાઇટ્સની સ્થાપના કરવામાં આવી અને આ પંચે માનવ-અધિકારોનો દસ્તાવેજ ઘડ્યો. 1933થી '45 દરમિયાન અમેરિકાનાં તત્કાલીન પ્રથમ મહિલા નાગરિક અને અમેરિકાના પ્રમુખનાં પત્ની એલિનૉર રુઝવેલ્ટ આ પંચના પ્રમુખપદે હતાં. પંચે ઝડપી કામગીરી કરીને બે વર્ષથી ઓછા ગાળામાં આ દસ્તાવેજ તૈયાર કર્યો, જેને રાષ્ટ્રસંઘની સામાન્ય સભાએ મંજૂર કર્યો. આથી વિશ્વમાં સમાન અને ભેદભાવવિહીન અધિકારોનો વ્યાપ વિસ્તર્યો.

મનુષ્યનો જન્મ થતાં તેને કેટલાક જન્મસિદ્ધ અધિકારો આપોઆપ મળે છે. અનુચ્છેદ ૧: પ્રતિષ્ઠા અને અધિકારોની દૃષ્ટિએ સર્વ માનવો જન્મથી સ્વતંત્ર અને સમાન હોય છે. તેમનામાં વિચારશકિત અને અંતઃકરણ હોય છે અને તેમણે પરસ્પર બંધુત્વની ભાવનાથીવર્તવુંજોઇએ.

અનુચ્છેદ ૨: દરેક વ્યક્તિને જાતિ, રંગ, લિંગ, ભાષા, ધર્મે, રાજકીય અથવા બીજા અભિપ્રાય, રાષ્ટ્રીય અથવા સામાજિક ઉદ્ભવસ્થાન, મિલકત, જન્મ અથવા મોભા જેવા કોઇપણ જાતના ભેદભાવ વગર આ ઘોષણામાં રજૂ કરવામાં આવેલા સઘળા અધિકારો અને સ્વતંત્રતા ભોગવવાનો હક્ક છે.

વધુમાં કોઇપણ વ્યક્તિ તે સ્વતંત્ર, ટ્રસ્ટ હેઠળના સ્વશાસન હેઠળ ન હોય તેવા અથવા સાર્વભામત્વની બીજી કોઇપણ મર્યાદા હેઠળ આવેલા દેશ અથવા પ્રદેશની હોય તો પણ રાજકીય, હકૂમવવિષયક અથવા આંતરરાષ્ટ્રીય મોભાના ધોરણે તેની સાથે કોઇપણ ભેદભાવ રાખવામાં આવશે નહિ.

અનુચ્છેદ ૩: દરેક વ્યક્તિને જીવવાનો, સ્વતંત્રતાનો અને સ્વરક્ષણનો અધિકાર છે.

અનુચ્છેદ ૪: કોઇને પણ ગુલામી અથવા પરાધીન દશામાં રાખવામાં આવશે નહિ; દરેક પ્રકારની ગુલામી અને ગુલામોના વેપાર પર પ્રતિબંધ મૂકવામાં આવશે.

અનુચ્છેદ ૫: કોઇપણ વ્યક્તિની ઉપર જુલમ ગુજારવામાં આવશે નહિ અથવા તેની સાથે ધાતકી, અમાનુષી અથવા હલકા પ્રકારનો વર્તાવ રાખવામાં આવશે નહિ અથવા તેવા પ્રકારની શિક્ષા કરવામાં આવશે નહિ.

અનુચ્છેદ ૬: દરેક વ્યક્તિને દરેક હેકાણે કાયદાની સમક્ષ માનવ તરીકે સ્વીકાર કરાવવાનોઅધિકારછે.

અનુચ્છેદ ૭: કાયદા સમક્ષ સર્વ માણસો સમાન છે અને કોઇપણ જાતના ભેદભાવ વગર કાયદાનું રક્ષણ સમાન ધોરણે મેળવવાને હક્કદાર છે. આ ઘોષણાનો ભંગકરીને કોઇપણ જાતના ભેદભાવ સામે અને આવા ભેદભાવ જગાવવામાં, કોઇપણ જાતની ઉશ્કેરણી કરવા સામે સમાન રક્ષણ મેળવવાનો સર્વને હક્ક છે.

અનુચ્છેદ ૮: દરેક વ્યક્તિને સંવિધાન અથવા કાયદા દ્વારા તેને મળેલા મૂળભૂત અધિકારોનો ભંગ કરતા કૃત્યો માટે સક્ષમ રાષ્ટ્રીય ન્યાયાધિકરણ દ્વારા અસરકારક ઉપાયો લેવાનો હક્ક છે.

અનુચ્છેદ ૯: કોઇપણ વ્યક્તિને આપખુદ રીતે ગિરફતાર કરવામાં, અટકઃચતમાં રાખવામાં અથવા દેશનિકાલ કરવામાં આવશે નહિ.

અનુચ્છેદ૧૦: દરેક વ્યક્તિને પોતાના અધિકારો અને બંધનોના અને તેની વિરુદ્ધ કોઇપણ ફોજદારી આરોપના નિર્ણયમાં કોઇ સ્વતંત્ર અને નિષ્પક્ષ ન્યાયાધિકરણ દ્વારા વ્યાજબી અને જાહેર સુનાવણી કરાવવાનો સંપૂર્ણ સમાન ધોરણે અધિકાર છે.

અનુચ્છેદ૧૧: (૧) જેની ઉપર ફોજદારી ગુનાનો આરોપ મૂકવામાં આવ્યો હોય તેવી દરેક વ્યક્તિને ગુનાની જાહેર તપાસણી વખતે તેના બચાવ માટે સઘળી જરૂરી બાંયધરીઓ આપવામાં આવી હોય છે. કાયદા પ્રમાણે ગુનેગાર સાબીત થાય ત્યાં સુધી પોતાને નિર્દોષ માનવાનો અધિકાર છે.

(૨) કોઇપણ વ્યક્તિ, કોઇપણ કૃત્ય અથવા કસૂર જે વખતે કરી હોય અથવા થઇ હોય તે વખતે રાષ્ટ્રીય અથવા આંતરરાષ્ટ્રીય કાયદા હેઠળ તે કૃત્ય અથવા કસૂર ફોજદારી ગુનો ગણાતો ન હોય તો તે કારણે કોઇપણ ફોજદારી ગુના માટે તે ગુનેગાર ગણાશે નહિ તેમજ તેને તે ફોઝદારી ગુનો થયો હોય તે વખતે લાગુ પડતી હોય તેવી શિક્ષા કરતાં વધુ ભારે શિક્ષા પણ કરવામાં આવશે નહિ.

અનુચ્છેદ૧૨: કોઇપણ વ્યક્તિના એકાન્ત, કુટુંબ, ઘર અથવા પત્રવ્યવહારમાં આપખુદીપણે દખલગીરી કરવામાં આવશે નહિ તેમજ તેના માન અને પ્રતિષ્ઠા પર આક્રમણ કરવા દેવામાં આવશે નહિ. આવી દખલગીરી અથવા આક્રમણ સામે કાયદાનું રક્ષણ માગવાનો દરેકને અધિકાર છે.

અનુચ્છેદ૧૩: (૧) દરેક વ્યક્તિને દરેક રાજ્યની હદની અંદર સ્વતંત્ર રીતે હરવાફરવા અને વસવાનો અધિકાર છે.

(૨) દરેક વ્યક્તિને પોતાનો તેમજ બીજો કોઇ પણ દેશ છોડી જવાનો અને પોતાના દેશમાં પાછા ફરવાનો અધિકાર છે.

અનુચ્છેદ૧૪: (૧) દરેક વ્યક્તિને જુલ્મમાંથી છટકીને બીજા દેશોમાં આશ્રય લેવાનો, ભોગવવાનો અધિકાર છે.

(૨) પરંતુ બીનરાજકીય ગુનાઓમાંથી અથવા સંયુક્ત રાષ્ટ્રોના હેતુઓ અને સિદ્ધાન્તોની વિરુદ્ધ હોય તેવાં કૃત્યોમાંથી ખરેખર ઉપસ્થિત થતા દાવાઓના કિસ્સામાં આવા અધિકારની માંગણી કરવી નહિ.

અનુચ્છેદ૧૫:(૧) દરેક વ્યક્તિને રાષ્ટ્રીયતાનો અધિકાર છે.

(૨) કોઇપણ વ્યક્તિ પાસેથી આપખુદી રીતે તેની રાષ્ટ્રીયતાનો હક્ક

ઝૂંટવી લેવામાં આવશે નહિ અથવા તેની રાષ્ટ્રીયતામાં ફેરફાર કરવાના હક્કથી તેને વંચિત રાખવામાં આવશે નહિ.

અનુચ્છેદ૧૬: (૧) જાતિ, રાષ્ટ્રીયતા કે ધર્મને લગતી કોઇપણ મર્યાદા વિના પુખ્ત વયના સ્ત્રીપુરુષોને લગ્ન કરવાનો અને કુટુંબ રચવાનો અધિકાર છે. લગ્ન વિશે, લગ્ન દરમિયાન અને જુદા પડતી વખતે તેઓ સમાન હક્કના અધિકારી છે.

(૨) લગ્ન કરવાની ઇચ્છા રાખતા વરવહુની સ્વતંત્ર અને સંપૂર્ણ સંમતિથી જ લગ્ન કરવામાંઆવશે. (૩) કુટુંબ એ સમાજનું સ્વાભાવિક અને મૂળભૂત સમૂહ એકમ છે અને સમાજ તેમજ રાજ્ય દ્વારા રક્ષણનું અધિકારી છે.

અનુચ્છેદ૧૭: (૧) દરેક વ્યક્તિને એકલા તેમજ બીજાની સાથે મિલકત રાખવાનો અધિકારછે. (૨) કોઇપણ વ્યક્તિ પાસેથી તેની મિલકત આપખુદી રીતે ઝૂંટવી લેવામાં આવશેનહિ.

અનુચ્છેદ૧૮: દરેક વ્યક્તિને વિચાર, અંતઃ કરણ અને ધર્મની સ્વતંત્રતાનો અધિકાર છે. આ અધિકારમાં તેનાં ધર્મ અથવા મઃન્યતામાં ફેરફાર કરવાની સ્વતંત્રતા અને પોતાના ધર્મ અથવા માન્યતાને શિક્ષણ, વ્યવહાર, ભક્તિ અને પાલન દ્વારા એકલાં અથવા બીજાઓની સાથે અને જાહેરમાં અથવા ખાનગીમાં પ્રગટ કરવાની સ્વતંત્રતાનો પણ સમાવેશ થાય છે.

અનુચ્છેદ૧૯: દરેક વ્યક્તિને અભિપ્રાય અને ઉચ્ચારણની સ્વતંત્રતાનો અધિકાર છે. આ અધિકારમાં દખલગીરી વિના અભિપ્રાયો ધરાવવાની સ્વતંત્રતા અને કોઇપણ માધ્યમ અને સરહદોથી પર માહિતી અને વિચારોની શોધ કરવાની, તેને પ્રાપ્ત કરવાની અને આધન કરવાની સ્વતંત્રતાનો સમાવેશ થાય છે.

અનુચ્છેદ૨૦: (૧) દરેક વ્યક્તિને શાન્ત સભા અને મંડળી રચવાની સ્વતંત્રતાનો અધિકારછે. (૨) કોઇપણ વ્યક્તિ પર અમુક મંડળીના સભ્ય થવાની ફરજ પાડી શકાય નહિ.

અનુચ્છેદ૨૧:(૧) દરેક વ્યક્તિને સીધી રીતે અથવા તો સ્વતંત્ર રીતે ચૂંટેલા પ્રતિનિધિઓ દ્વારા પોતાના દેશાની સરકારમાં ભાગલેવાનો અધિકાર છે.

(૨) દરેક વ્યક્તિને પોતાના દેશાની જાહેર નોકરીઓમાં સમાન

પ્રવેશનો અધિકાર છે.

(૩) જનતાની ઇચ્છા એ સરકારની સત્તાની ભૂમિકા રહેશે. આ ઇચ્છા સર્વમાન્ય અને સમાન મતાધિકાર અને ગુપ્ત મતદાન અથવા એવી સમાન સ્વતંત્ર મતદાન પદ્ધતિઓ વડે કરવામાં આવતી નિયતકાલિક અને શુદ્ધ ન્યૂંટણીઓ દ્વારા વ્યકત થશે.

અનુચ્છેદ૨૨: સમાજના દરેક સભ્ય તરીકે દરેક વ્યક્તિને સામાજિક સલામતીનો અધિકાર છે અને પોતાની પ્રતિષ્ઠા અને પોતાના વ્યક્તિત્વના સ્વતંત્ર વિકાસને માટે અનિવાર્ય એવા આર્થિક, સામાજિક અને સાંસ્કૃતિક અધિકારો, રાષ્ટ્રીય પરિશ્રમ અને આંતરરાષ્ટ્રીય સહકાર દ્વારા અને દરેક રાજ્યના સંચાલન અને સમૃદ્ધિ અનુસાર પ્રાપ્ત કરવાની તે અધિકારી છે.

અનુચ્છેદ૨૩: (૧) દરેક વ્યક્તિને કામ કરવાનો, નોકરીની સ્વતંત્ર પસંદગીનો, કામની ન્યાયી અને ફાયદાકારક શરતો અને બેકારીની સામે રક્ષણ મેળવવાનો અધિકાર છે.

(૨) દરેક વ્યક્તિને કોઇપણ પ્રકારના ભેદભાવ વિના સમાન કાર્ય માટે સમાન પગાર મેળવવાનોઅધિકારછે. (૩) કામ કરનાર દરેક વ્યક્તિને તેના પોતાના અને તેના કુટુંબના માનવ પ્રતિષ્ઠાને લાયક અસ્તિત્વની ખાતરી આપતો ન્યાયી અને ફાયદાકારક બદલો મેળવવાનો અને જરૂર જણાય તો સામાજિક રક્ષણના બીજાં સાધનોમેળવવાનોઅધિકારછે. (૪) દરેક વ્યક્તિને પોતાના હિતોના રક્ષણને માટે ટ્રેડ યુનિયનો રચવાનો કે તમા જોડાવાનો અધિકાર છે.

અનુચ્છેદ૨૪:દરેક વ્યક્તિને કામના કલાકોની વ્યાજબી મર્યાદા અને પગાર સાથેની સામયિક રજાઓ સહિત આરામ અને ફુરસદનો અધિકાર છે.

અનુચ્છેદ૨૫: (૧) દરેક વ્યક્તિને તેના પોતાના અને તેના કુટુંબની તંદુરસ્તી અને સુખને માટે આવશ્યક ખોરાક, કપડાંલત્તા, મકાન અને દાકતરી સંભાળ અને જરૂરી સામાજિક સેવાઓ સહિત જીવનધોરણનો અધિકાર છે અને બેકારી, માંદગી, અશક્તિ, વિધવાવસ્થા, વૃદ્ધાવસ્થા અથવા તેના કાખૂ બહારતા સંજોગોમાં આજીવિકાના અભાવ પ્રસગે તેને સલામતી મેળવવાનો અધિકાર છે.

(૨) માતૃત્વ અને બાળપણ ખાસ સંભાળ અને મદદના અધિકારી છે.

લગ્ન કે લગ્નની બહાર જન્મેલાં બધાં બાળકો એકજ પ્રકારનું સામાજિક રક્ષણ મોગવશે.

અનુચ્છેદ ૨૬: (૧) દરેક વ્યક્તિને શિક્ષણનો અધિકાર છે. ઓછામાં ઓછું પ્રાથમિક અને પાયાના તબક્કાઓમાં શિક્ષણ મફત રહેશે. પ્રાથમિક શિક્ષણ ફરજિયાત રહેશે. વિશેષ વિઘાવિષયક અને વ્યવસાયી શિક્ષણ સામાન્યતઃ ઉપલબ્ધ રહેશે અને યોગ્યતાના ધોરણ પર ઉચ્ચ શિક્ષણ પ્રાપ્ત કરવાનો સર્વને સમાન અધિકાર રહેશે.

(૨) માનવવ્યક્તિત્વના સંપૂર્ણ વિકાસ અને માનવહક્કો અને મૂળભૂત સ્વતંત્રતાઓ પ્રત્યેના માનને દઢિભૂત કરવા તરફ શિક્ષણનું લક્ષ રાખવામાં આવશે. બધાં રાષ્ટ્રો, જાતિ અથવા ધાર્મિક સમૂહો વચ્ચે તે સમજ, સહિષ્ણુતા અને મૈત્રી બઢાવશે અને શાંતિની જાળવણી માટેની સંયુકત રાષ્ટ્રોની પ્રવૃત્તિઓને આગળ ધપાવશે.

(૩) પોતાનાં બાળકોને કયા પ્રકારનું શિક્ષણ આપવું તે પસંદ કરવાનો પ્રથમ અધિકાર માબાપોને રહેશે.

અનુચ્છેદ ૨૭: (૧) કોમના સાંસ્કૃતિક જીવનમાં છૂટથી ભાગ લેવાનો, કલાઓનો આનંદ માણવાનો અને વૈજ્ઞાનિક પ્રગતિ અને તેના લાભોમાં ભાગીદાર થવાનો દરેક વ્યક્તિને અધિકારછે. (૨) વૈજ્ઞાનિક, સાહિત્યિક અથવા કલાત્મક સર્જન જેનાં તે પોતે કર્તા હોય તેમાંથી ઊભાં થતાં નૈતિક અને ભૌતિક હિતોના રક્ષણ માટેનો દરેક વ્યક્તિનો અધિકાર છે.

અનુચ્છેદ ૨૮: આ ઘોષણામાં રજૂ કરવામાં આવેલા અધિકારો અને સ્વતંત્રતાઓ જેમાં સંપૂર્ણતયા સિદ્ધ થઇ શકે તેવી સામાજિક અને આંતરરાષ્ટ્રીય વ્યવસ્થા માટે દરેક વ્યક્તિઅધિકારીછે.

અનુચ્છેદ ૨૯: (૧) જે કોમમાં જ તેના વ્યક્તિનો સ્વતંત્ર અને સંપૂર્ણ વિકાસ શકય છે તે તે કોમ પ્રત્યે દરેક વ્યક્તિને ફરજે બજાવવાની હોય છે.

(૨) દરેક વ્યક્તિ પોતાના અધિકારો અને સ્વતંત્રતાઓના અમલની બાબતમાં તે માત્ર બીજાઓના અધિકારો અને સ્વતંત્રતાઓના યોગ્ય સ્વીકાર અને સન્માનની સલામતીના હેતુ માટે અને લોકશાહી સમાજમાં નીતિ, જાહેર વ્યવસ્થા અને સામાન્ય સુખ માટેની વ્યાજબી જરુરિયાતો પૂરી પાડવાના હેતુ માટે કાયદાએ નક્કી કરેલી એવી

મર્યાદાઓનેઆધીનરહેશે. (3) કોઇપણ પ્રસંગે આ અધિકારો અને સ્વતંત્રતાઓ સંયુકત રાષ્ટ્રના હેતુઓ અને સિદ્ધાંતોની વિરુદ્ધ અમલમાં મૂકી શકાશે નહિ.

અનુચ્છેદ30: આ ઘોષણામાં રજૂ થપેલા કોઇપણ અધિકારો અને સ્વતંત્રતાઓનો નાશ કરવા માટેની કોઇ પ્રવૃત્તિમાં રોકાવાનો અથવા કોઇ કાર્ય કરવાનો કોઇ રાજ્ય, સમૂહ કે વ્યક્તિને અધિકાર પ્રાપ્ત થાય છે એવો કોઇપણ અર્થ આ ઘોષણાનો કરવાનો નથી.

આવા અધિકારો કોઇ આપતું નથી અને કોઇ છીનવી પણ શકતું નથી. આમ માનવ જીવને અર્થપૂર્ણ, સંતોષ જનક અને ગૌરવવાન બનાવે તેવા મુખ્ય અધિકારો અને તેવા પ્રકારનાં સ્વાતંત્ર્યને માનવ અધિકાર કહી શકાય. માનવ જે તક મેળવવા માટે સક્ષમ છે. તે તક તેને મળે, ભયથી મુક્તિ મળે, તેના અધિકારો ઝૂંટવાય નહીં. એટલે, 10 ડિસેમ્બરને માનવ અધિકાર દિવસ તરીકે ઉજવવામાં આવે છે.

બે ભયાનક વિશ્વયુદ્ધ પછી ભયાનક અંધકારમાંથી પ્રકાશનો ઉદય થયો અને અંતે યુનાઇટેડ નેશન્સે 10 ડિસેમ્બર 1948માં યુનિવર્સલ ડિક્લેરેશન ઓફ હુમન રાઇટસ્ ની જાહેરાત કરી. અને તેથી વિશ્વમાં 10 ડિસેમ્બરને માનવ અધિકાર દિવસ તરીકે ઉજવવામાં આવે છે અને ત્યારપછી આવા અધિકારોની જોગવાઇ કરતા જુદા-જુદા 20 દસ્તાવેજોને અને સમજુતીઓની જોગવાઇ થઇ હતી. દુનિયાનાં 120 દેશોએ દસ્તાવેજોને અનુમતી આપી છે. જ્યારે ભારતમાં માનવ અધિકાર પંચની પ્રથમ વખત રચના 1993માં થઇ અને ઓક્ટોબર 2004 સુધીમાં 14 જેટલા રાજ્યોમાં પણ રાજ્ય માનવ અધિકાર પંચની સ્થાપના કરવામાં આવી.

૧૦ ડિસેમ્બર એટલે કે "માનવ અધિકાર દિવસ" આ દિવસ આંતરરાષ્ટ્રીય માનવ અધિકાર દિવસ તરીકે ઉજ્વવામાંઆવે છે..તેનો ઉદ્દેશ દેશના દરેક નાગરિકને પોતાનો અધિકાર મળી રહે તેના માટે આ દિવસ ઉજવામાં આવે છે., જે અધિકારો કોઇ આપી કે છીનવી શકતું નથી. આવા અધિકારો માનવ અધિકારો તરીકે ઓળખાય છે આ મારો અધિકાર છે તેને હું મેળવીને રહિશ.

આ દિવસને માનવ અધિકાર દિવસના ઘોષણા પત્ર જાહેર કરાયો હતો. નાગરિકની શાંતિ, પ્રતિષ્ઠા અને પોતાના અસ્તિત્વમાટેનો આ

ઉદેશ આજે પણ આપણને મળી રહ્યો છે. ૨૮ સપ્ટેમ્બર ,૧૯૯૩ના રોજ હ્યુમન રાઇટ્સ એક્ટ સમગ્ર વિશ્વમાં અલગથી અમલમાં આવ્યું. આના પર ૧૨ ઓક્ટોબર, ૧૯૯૩ ના રોજ સરકારે રાષ્ટ્રીય માનવ અધિકાર કમિશનની રચના કરી હતી. આ કમિશન રાજકીય, આર્થિક, સામાજિક અને સાંસ્કૃતિક ક્ષેત્રોમાં પણ કાર્ય કરે છે. જેમ કે વેતન, એચ.આય.વી એડ્સ, આરોગ્ય, બાળ લગ્ન, મહિલા અધિકાર વગેરે. માનવઅધિકારએ માનવી સાથે થઈ રહેલ જુલમો રોકવા અને તેના સંઘર્ષીને એક નવી ઉડાન આપે છે.માનવઅધિકાર એટલે કોઈ પણ માનવી ની જિંદગી, આઝાદી, બરાબરી અને તેના સમ્માનનો અધિકાર તે જ માનવ અધિકાર.

જાતિ, રંગ, લિંગ, ભાષા, ધર્મ, રાજકીય અથવા અન્ય અભિપ્રાય, રાષ્ટ્રીય અથવા સામાજિક મૂળ, સંપત્તિ, જન્મ અથવા અન્ય સ્થિતિ જેવા કોઈ પણ પ્રકારનો ભેદભાવ વિના, માનવી પોતાનું જીવન જીવી શકે તેના માટે માનવઅધિકાર દિવસ ઉજવામાં આવે છે.

ભારતીય બંધારણમાં અપાયેલ માનવી અધિકારો દરેક વ્યક્તિને માત્રને માત્ર સરકાર વિરુધ્ધ જ પ્રાપ્ત થતાં હોવાથી માનવ અધિકારોના ભંગ બદલ રાજ્યસેવક વિરુધ્ધ જ ફરિયાદ કરી શકાય છે. માનવ અધિકાર ભંગની ફરિયાદ વ્યક્તિ-વ્યક્તિ વિરુધ્ધ દાખલ કરી શકાતી નથી. માનવ અધિકારોના ભંગના કિસ્સાઓમાં કોર્ટમાંજ ફરિયાદ કરી જ શકાય છે, પરંતુ તેના સિવાય પણ જેમ કે રાષ્ટ્રીય માનવ અધિકાર આયોગ તેમજ રાજ્ય માનવ અધિકાર આયોગ સમક્ષ પણ લેખીત ફરીયાદ કરીને પણ આગળની જરૂરી કાર્યવાહી કરી શકાય છે.

આ ઉપરાંત મહિલાઓ પોતાના માનવ અધિકાર ભંગની ફરિયાદ રાષ્ટ્રીય મહિલા આયોગ અને રાજ્ય મહિલા આયોગને પોતાની ફરિયાદો કરી શકે છે. તેમજ અનુસુચિત જાતી અને અનુસુચિત આદિજાતીના લોકો રાષ્ટ્રીય અનુસુચિત જાતી અને અનુસુચિત જાતી આયોગ સમક્ષ ફરિયાદ કરી તેના માનવ અધિકારોના ભંગ બદલ વળતર પ્રાપ્ત કરી શકે છે.

ભારતીય બંધારણમાં દરેક માનવીને તમામ માનવ અધિકારો અપાયા હોવા છતા માનવ વિકાસમાં પછાત છે તેમ સ્વીકારવું પડયું

છે. સરકારી બધા તંત્રોમાં પણ માણસો જ કામ કરે છે અને આ માણસો કાયદાના રખેવાળ બનવાની બદલે કાયદાના ભંગને નજર અંદાજ કરે છે. જે લોકો પાસે રાજકીય, આર્થિક કે ધાર્મિક સતાઓ છે તેવા લોકો સતાનો દ્રરઉપયોગ કરી અન્ય માણસોના અધિકારોનું હનન કરે છે.

વર્તમાન સમયમાં પ્રત્યેક માનવીએ થોડુ વિચારવાની જરૂર છે કે શુ વર્તમાન સમયમાં માનવી તરીકે પ્રાપ્ત થયેલા માનવ અધિકારોને આપણે ભોગવી શકીએ છીએ? કારણ કે સમાજમાં જેવી પ્રજા હોય તેવોજ તેનો શાસક હોય છે. આથી વર્તમાન સમયમાં જો આપણે મુક્તપણે આપણે આપણાં અધિકારો ભોગવવા માંગતા હોઇએ તો આપણે પણ બીજાના માનવ અધિકારોને માન-સન્માન આપતા શીખવું જ પડશે અને ત્યારે જ આપણે આપણાં અધિકારોનો વધુમાં વધુ સારી રીતે ઉપભોગ કરી શકીશું અને સમાજના તમામ વ્યક્તિને તેના માનવ અધિકારોની જાળવણી કરવામાં મદદરૂપ સાબિત થઇ શકીશું.

સ્રોત: <u>અધિક પોલીસ મહાનિદેશક, માનવ અધિકાર - ગુજરાત પોલીસ</u>, વીકીપીયા, ગુજ વીકીપીયા, વિવિધ અખબારી અહેવાલ, ગુજરાતી વિશ્વકોશ , લેક્સિકોન

www.ingramcontent.com/pod-product-compliance
Lightning Source LLC
Chambersburg PA
CBHW071313130726
47997CB00007B/2543